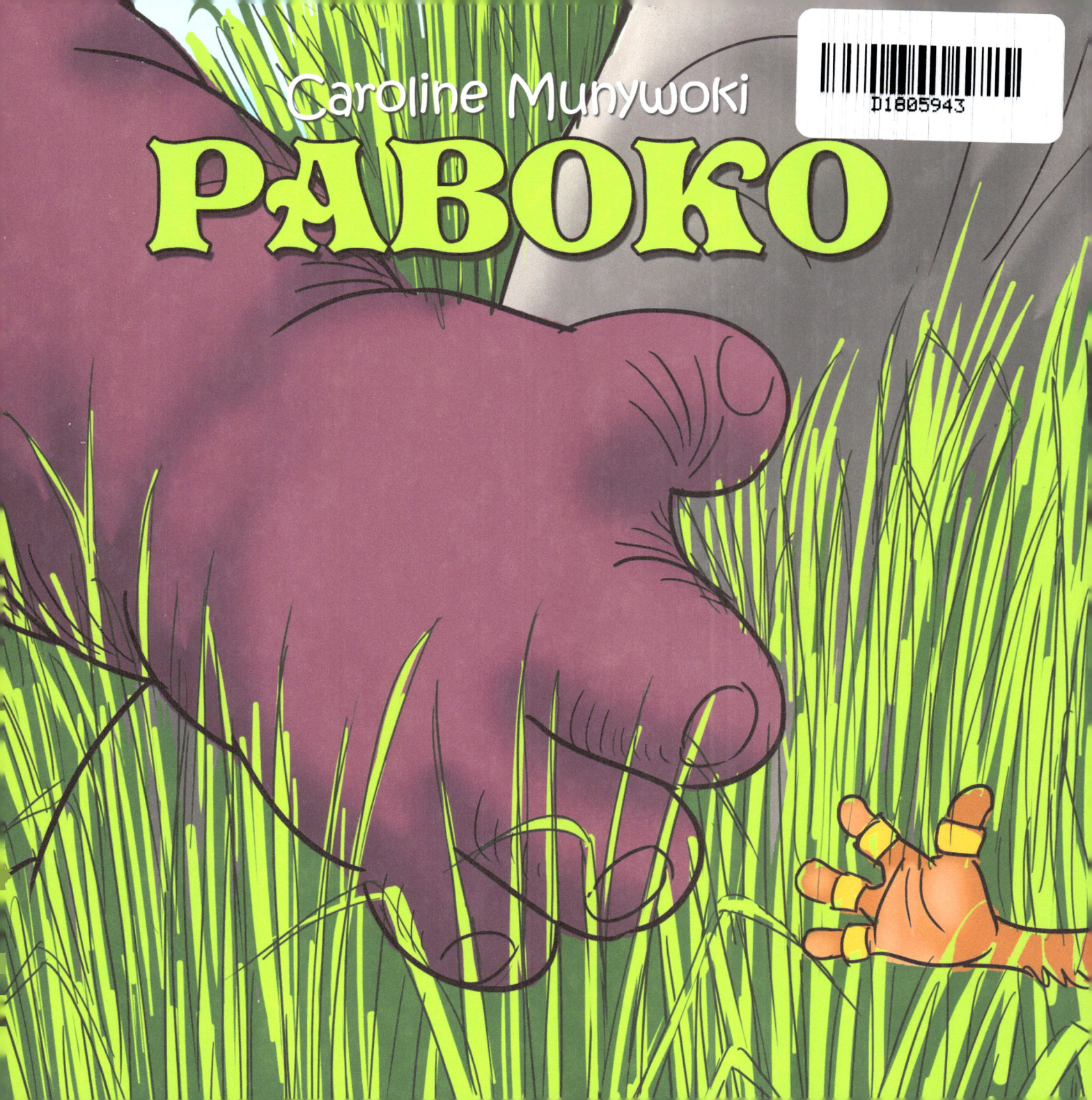

To order additional copies of this book, contact:
Xlibris
1-888-795-4274
www.Xlibris.com
Orders@Xlibris.com

ISBN: Softcover   978-1-9845-8379-6
       EBook   978-1-9845-8378-9

Print information available on the last page

Rev. date: 06/19/2020

Wakfu:

PABOKO

Kwa WOTE watu wema katika sayari hii.

Kwa KILA mpwa wangu wa kike na wa kiume.

Asanteni NYOTE kwa kutia thamani maishani mwangu.

MUNGU NI UPENDO NA MAISHA NI MEMA

Luka 6:31

"Watendeeni wengine kama mnavyotaka wawatendee ninyi"

Katika eneo kubwa kabisa la Kilomita Mraba Elfu Moja na Mia
Tano na Kumi, katika Maasai Mara Reserve ya Afrika; iliyobarikiwa
na Watano Wakubwa (Big Five) wa dunia, kwenye ukingo wa Mto
Mara, kulikuwa na urafiki wa ajabu zaidi ambao haijawai onekana.

Jua linalotua kwa umaridadi, humulika miti ya muwati (acacia) na
kuwacha ishara ya ndoto, iliyofunikwa na vumbi jepesi rangi ya dhahabu
ambalo kwa maoni ya binadamu, lilionekana kama sponji ya velveti.

Ndani ya mzunguko wa miti mirembo zaidi ya Mibuyu, ikiwa pamoja na mchanganyo wa miti ya Fig, ni Mto Mara, unaofanana na nyumba ya ndege, kama vile uwanja wa michezo wa Beijing. Mwangaza wa wa shamrashamra wa usiku huruka huku na kule kati ya ile miti, na kung'arisha mto na kuupatia mng'aroajbu unaomulika mseto wa rangi.

Chirichiri na vyura vidogo huchangia nyimbo kadhaa, ili hali miti hupiga mbinja kwa pamoja na nyasi na kuunda wimbo mtamu kwa mfumo wa sonata.

4

Kwenye miinuko ya ardhi wanastarehe Mfalme na Malkia wa mwituni
nao wanatazama kwa raha wenzao wanaoishi kwenye Reserve.

Maeneo ya nyika yanalisha nyati wa Cape wenye nguvu wanaonyunyuzia miti marashi yenye harufu ya vanilla kwa faida ya rafiki zao Chui wanaopumzika kwa huru kwenye matawi, na kuongea na Ndovu wakuu wanaolamba majani ya muwati na kuwalisha watoto wao.

Vifaru weupe hujumuika kwenye muinuko ya ardhi na kufurahia
michezo ya hapa na pale kwenye mzizimo za kando ya mto.

Familia kubwa zaidi kwa namba ni ya Nyumbu; ambao hawapendi kutangamana na wanyama wengine kwa kuwa wao hupenda kusafiri peke yao na hufanya ziara ya likizo kila mwezi wa Septemba. Wanaongozwa na kiongozi mwenye fahari sana anaeitwa Muddry.

Muddry hufanya makini kuandaa likizo ya mwisho wa mwaka kwa kuwa ni shughuli muhimu tena ya zoezi ya lazima kwa familia hiyo mamilioni. Huchukuwa mda mrefu kuandaa, kwa sababu inambidi ahakikishe kila memba wa familia amepatiwa mafunzo kabla likizo ili waweze kufurahia kabisa wakati wa ziara. Ni muhimu zaidi pia abadilishe ratiba ya likizo ili wasisinywe na ndio waweze kufamiana vyema zaidi wanaposherehekea likizo yao ya kila mwaka wakiwa wamejiondoa kwenye nenda rudi za kazi za mwaka mzima.

Kati ya wanyama wote, panya mwitu ndiye mwenye furaha zaidi na pia mwenye kuona haya zaidi. Kawaida wana mipango raha kabisa ya kula na kuhifadhi chakula chao; lakini wanafurahia ajabu shughuli hizo zao. Kwa kawaida panya mwitu wanalishwa na Muddry na jamii yake na wanahofia kuwa wale wanyama wakubwa zaidi watakula vyakula vyote wakati nyumbu wataelekea likizo; kwa hivyo wanajificha katika mitaro ya sehemu mbali mbali za bustani. Wanaficha pia kwenye ukingo wa mto kwa kuwa ni marafiki wazuri sana na Viboko.

Anakatossaana ndio jina lake. Yeye ndie Kiboko mkubwa zaidi na pia mpweke kushinda wote. Ni mkubwa na anapendeza kama tedi bear, mwenye ngozi nyororo kama hariri lakini ana huzuni sana. Kila mara alihisi kuwa ni mkubwa kutosha kucheza na wale Wakubwa Watano (Big Five), lakini hawamkubalii kwani huwa wanamchokoza mno kuwa hana meno na sio shujaa kutosha kula nyama. Pia, walimtania kuwa hataki kucheza nje kwenye jua kwa masaa mengi kwani ngozi yake nyororo iliungua sana kwa jua na pia alishindwa kukimbia mbio kwenye mchezo wa kimbia ni kushike kwa sababu ya uzito wake.

Kile ambacho Anakatossaana amekiweza vyema zaidi ni kuogelea na kupika keki. Anaweza kuogelea kwa maili nyingi sana bila kupungukiwa na pumzi na anapika keki nzuri ajabu ambazo bustani imewahi kuonja.

Zaidi ya hayo, Muddry na Anakatossaana ni marafiki wazuri
mno hata huwa anampikia mazuri kila aina ya mamilioni
ya famiia yake wachukuwe kwa likizo yao ndefu.

Lakini mabli na vyakula vyote hivi na uwezo wa kuogelea, Anakatossaana
ni mpweke sana na bado hajampata yeyote wakuongea nae. Sana
hata, amekuwa wa guna kila wakati na hakuna anaetaka kumkaribia
isipokuwa Muddry anapokuja kuchukuwa vyakula alivyotayarisha.

Hadi, jioni moja ya kimya alipokuwa anafurahia kutwa kwa jua zuri, alikuwa anapumzika ukingoni mwa mto akamuona sungura mwitu mrembo aliyechangamka akizika chakula akihifadhie familia yake. Alilkuwa amevaa bangili nyeusi za mpira kwenye kila moja ya vidole vyake kwani aliamini zilisaidia kushika kingi zaidi kwa hivyo aliweza kuhifadhi chakula kingi zaidi kwa usaidizi wa bangili za mpira. Pia, alikuwa sungura mwitu mdogo mwenye furaha tele; kamwe hakupenda kelele, hakupenda kubakia sehemu moja mda mrefu mno na alifanya kazi kwa bidi sana kuhakikisha familia yake ilipata chakula cha kutosha kila wanapokihitaji.

Panya mwitu huyo mdogo alikuwa na shughuli nyingi sana akijaribu kuzika chakula hicho hata hakumuona Kiboko mkubwa amejilaza hapo akimtazama kimya na akifurahishwa na jinsi anavyochimba kwa haraka mno.

Alichimba upesi anavyoweza na mara tu alipozika kaisi cha mwisho, alienua kichwa mfano wa mwendo wa pole na kushangaa kuona meno makubwa tena meupe yanayoelekea kwenye pango kubwa lenye sakafu rangi ya waridi yanamtazamana.

Akazubaa.

Kwa kweli hakuweza kujua haswa ni kitu gani; kiling'ara na hewa ya jotojoto iliyotokea pango hilo, kwa ajabu ilinukia kama peremende ya chakuleti. Hakuwa na hakika kama avute yale meno na aingie kwenye lile pango au aendelee kukagua ile busato ya rangi nyekundu.

Akaanza kurudi nyuma taratibu, taratibu na tena taratibu akiwa tayari atimuke mbio ya ghafla, lakini meno yalipoteremka taratibu, tundu mbili za pua zilizopanuka na kuonyesha nyewele zenye mzizimo, hapo, hapo tu, kulikuwa, macho, yasiyokuwa na hatia, yenye huzuni, lakini yenye nia ya kukutana nae.

Shikamoo, Shikamoo, Shikamooooooooooooo

Wataka biskuti mrembo mdogo? Zimetoka sasa hivi kwenye meko. Niko na za vanilla, Chakuleti, raspberi, karameli, Fistiki, Tangawizi njugu, uji mzito wa siagi, siagi ya njugu, krimu ua biskuti, pekani, aprikoti, Nutella lava, lozi, Samli na krimu ya Maskarpone , keki ya tufaha, sukari guru, bluuberi, siki ya tufaha, kikate, ndizi za gojozi......

Wooo wooo wooo – hebu ngoja, unazo zote hizo?

Ndio, ndio, ndio, hata nina zaidi,siagi ya njugu keki, velveti nyekundu, keki ya jabini, karameli ya chumvi, kashata za limau, viketi vya donati, basili la limau, basili la limau, biskuti za mapera, unga wa sukari, uji wa mandizi, keki ya chekuleti na sukari, S'more.....

Ngoja, ngoja, ngoja kidogo, uko na zaidi, Bwana Mkubwa?

Hapana, Hapana, Hapana, namaanisha, S'more Pudding Cookies zenye marshmallows ndogo juu yake (Za America), na kama wataka upate utamu wa kukolea, pia ninayo chakuleti ya vinai, tukeki twa kileo, biskutikeki ya kileo…….

Hapana, Hapana, Hapana – Mimi ni mtu mweye furaha hata iweje, sithani nataka za kileo. Hiyo ndio kazi yako? Unafanya mapishi ya kuoka tu?

Ni shughuli yangu ninayofurahia, lakini napenda kuogelea. Unaonekana una njaa mno na umechoka, unaitwaje mrembo mdogo?

Mala Bun Sa Bun.

Ni jina aina gani hilo Mala Bun Sa Bun?

Kikweli ni Ala Bon Sa Bon, lakini nilipokuwa mdogo dada mdogo wangu hakuweza kutamka vyema kwa hivyo kila mtu ni kama alianza tu kuniita Mala Bun Sa Bun na kwa kweli naona sawa tu. Nawe unaitwaje, Bwana Mkubwa?

Anakatossaana.

Mhmm?

Anakatossaana.

Naniiii – hilo jina refu mno …..

Najua , najua, lakini hivyo ndivyo lilivyo. Kwanini unaficha chakula? Mala Bun?

Naficha chakula kwa kawaida ili ikiwa Muddry na familia yake wamekwenda likizo, ili nyinyi wanyama wakubwa musitumalizie. Wajua, Muddry na familia yake ya mamilionizi wanatulisha kutoka kwenye jiko lao kwani wana mabaki mengi ya chakula na nafikiri nimewahi kula kibiskuti huko ambayo ilinukia kama harufu ya mdomo wako. Uliipika wewe?

Aaah, Muddry ni rafiki wangu wa Zamani, nilimpikia.
Na hakuna neno kama Milionizi. Ni Mamilioni.

Anakaskwatch, kweli uko na vitamu vyote hivyo vya kuoka?

Anakatossaana, Sema Anakatossaana.

Anakatana? Anakatsanoona

Anakatossaana.

A – N – A – K – A – T – O – S – S – A – A – N – A

Sawa- Ni sawa nikikuita tu Anaka?

Hapana.

Sawa – Anaka – nawaeza kupata biskuti.

Njoo karibu – Nitakupatia kadhaa

Na wakashikana mikono na wakatembea hadi nyumbani kwa Anakatossaana wakachukuwe vitamu.

Ni siku hiyo Maasai Mara ilishuhudia kwa mara ya kwanza, chanzo cha urafiki usiokuwa wa kawaida.

Mala Bun Sa Bun na Anakatossaana hawakuwacha tena.

Walikwenda pamoja kuogelea Mala Bun Sa Bun akiwa mgongoni mwa Anakatossaana, walikwenda kuficha chakula kwa mzaha tu na Anakatossaana alijifunza kuchimba mashimo. Alimpiga mswaki nae alimchana nywele zake za mfano wa ushungi.

Alianza kutabasamu zaidi ni kumueleza yake ya moyoni Mala Bun
Sa Bun, kama vile hakujisikia mmoja wa wale Watano Wakubwa
na vile kikweli hakuwa mpiganaji ingawa ana mwili mkubwa.
Nae Mala Bun Sa Bun alimwambia vile ilivyombidi awahudumie
familia yake, alimwambia vichekesho na wakati mwengine
alikuwa mkali kuhusu aliyokula kwani alitaka aendelee kuwa
imara kimwili ili waweze kucheze pamoja mda mrefu zaidi.

Urafiki ulikuwa wa dhati sana hata wanyama wengine waliongea
kuuhusu na walifurahi kumuona Anakatossaana akionekana tofauti.
Alikuwa ameimarika misulli, alipika zaidi na Mala Bun Sa Bun akawa
anafikisha mapishi yaliyopikwa kwa kila mtu katika bustani.

Siku zilipita na zikawa miezi na siku moja ya nuru njema walipokuwa wanacheka Anakatossaana na Mal Bun Sa Bun na kufurahia sherehe, mlango ulibishwa.

Hujambo Anakatossaana ni Muddry, tunaondoka baada ya siku 5 na tutakuwa huko hadi katikati ya December kwa hivyo tunahitaji zaidi ya vile tunavyobeba kawaida kwa ziara yetu ya kuhamia.

Oh hujambo Muddry, njoo ndani ufahamiane na Mala Bun Sa Bun.

Hujambo Mala Bun

Hujambo Muddry, kweli una pembe kubwa.

Sawa – mkubwa na mdogo – Natake niende nitayarishe wengine katika familia kwa likizo. Anakatossaana – usisahau kuoka chakula zaidi kwani tutatembelea sehemu tatu tofauti mwaka huu.

Usitie wasiwasi Amigo – Napenda kupikia familia yako, tutaonana wakati huo.

Mala Bun Sa Bun alianza kumsaidia Anakatossaana na pamoja walianza kukanda, kukata, kuoka na kutia sukari.

Kiasi chote kilinukia utamu wa vyakula vya kuvutia na nyimbo ziliimbwa usiku kucha katika maeneo ya miti na mifumo ya nyasi.

Siku Tano zilipita upesi sana na mara tu ilikuwa wakati
wa Muddry na jamii yake waanze safari.

Kulikuwa na sherehe kubwa sana katika bustani ambapo wanyama wote
walikula na wakaimba wakati mwezi nao uling'ara ajabu na maji yalimulika
furaha wakati bustani iliwatakia Nyumbu safari yao njema ya mwaka.

Asubuhi iliyofwatia Muddry na familia yake waliamka mapema alfajiri, wakafunganya mikoba yao na mbinguni kulikuwa na vibofu vikubwa vya hewa ya joto, helikopta na ndege zilizojaa watu wanaoshangilia safari yao ya ajabu. Taa zilikuwa zikiwakawaka na kamera zilirekodi tukio hili la kivyake.

Maelfu ya ndege aina mbali mbali yalijumuishwa kwa miundo ya sherehe wakiimba na kucheza wakifurahia ziara ya marafiki yao wazuri.

Stesheni za radio na TV zilikuwa na helikopta zikiripoti na kuonyesha ulimwengu tukio hilo jema.

Wanyama wote katika bustani walipanga foleni mstari na kuwaaga wakiwa wanaimba kwa dhati.

Kwa hivyo, safari ikaanza.

Wanyama walitazama jinsi familia ya nyumbu walivyoondoka hadi walichokiona tu ilikuwa vumbi tu kwa mwendo wa taratibu kwenye maeneo ya urembo wa Mara.

Asubuhi iliyofwata, Maasai Mara ilionekana kuwa tupu na kubwa kupita kiasi kwa wanyama wengine; Mala Bun Sa Bun alilala nyumbani kwa Anakatossaana ili asaidie kusafisha mabaki ya mapishi ya kuoka.

Siku chache baada ya nyumbu kuondoka, ni kama kulitokea wingu lisilokuwa la kawaida ambalo halijaonekana Mara. Ilikuwa rangi ya waridi iliyochanganywa na rangi ya zambarau na hakuna yeyote aliyejua kwa hakika wingu hilo lilimaanisha nini.

Waliendelea kulitazama na kushangaa ilikuwa ni kitu gani na halikupotea.

Siku kadhaa baadaye, lilianza kuwa kubwa na kubwa zaidi
na likageuka rangi kutoka warifi hadi zambarau.

Anaka, Anaka, yaweza kuwa nini, Mala Bun Sa Bun aliuliza?

Sina hakika mrembo mdogo, lakini bila shaka inanitia
hofu kiasi. Lakini natumai ni mvua tu.

Ndio, Anaka, natumai hivyo pia. Bila shika Mto Mara
utaonekana tofauti na aina hiyo ya mvua.

Siku zikawa wiki na kufikia wiki mbili hakukuwa na mvua na lile wingu
kubwa lilikuwa limegeuka kutoka zambarau ya giza na kuwa jivu ya giza.

Wanyama walianza kuhisi wasiwasi na Mto Mara ulianza
kukauka inchi hadi inchi. Wiki tatu na rangi ya jivu jepesi
ilianza kugeuka nyeusi na bado hakuna mvua na mto ulionekana
umezidi kukidhi kiu cha wanyama kwa kama siku saba tu.

Anakatossaana hakuweza kuoka kama alivyokuwa akifanya
kitambo na baadhi ya wanyama walianza kuhisi njaa.

Wanyama walianza kumuomba kwa nguvu chakula na vitamu vya kuokwa, lakini hakuweza kuwatimizia mahitaji yao. Kulikuweko nyati muovu anaeitwa Sreden, aliyeanza kuja na kundi lake la nyati wakutisha ili waibe jikoni kwa Anakatossaana.

Alifanya hivyo wakati mmoja wakati Mala Bun Sa Bun
alikuwa anatafuta chakula ili afiche katika mashimo,
alimshtua Anakatossaana na akamwambia wakati ujao ikiwa
hakutakuwa na chakula, atabomoa nyumba yake.

Anakatossaana aliogopa na hofu ikamzidi na kwa sababu
hakuwa na ushujaa wa kupigana, alianza kulia. Alilia kwa sauti
kubwa, kiasi kuwa Mala Bun Sa Bun alimsikia akiwa mbali.

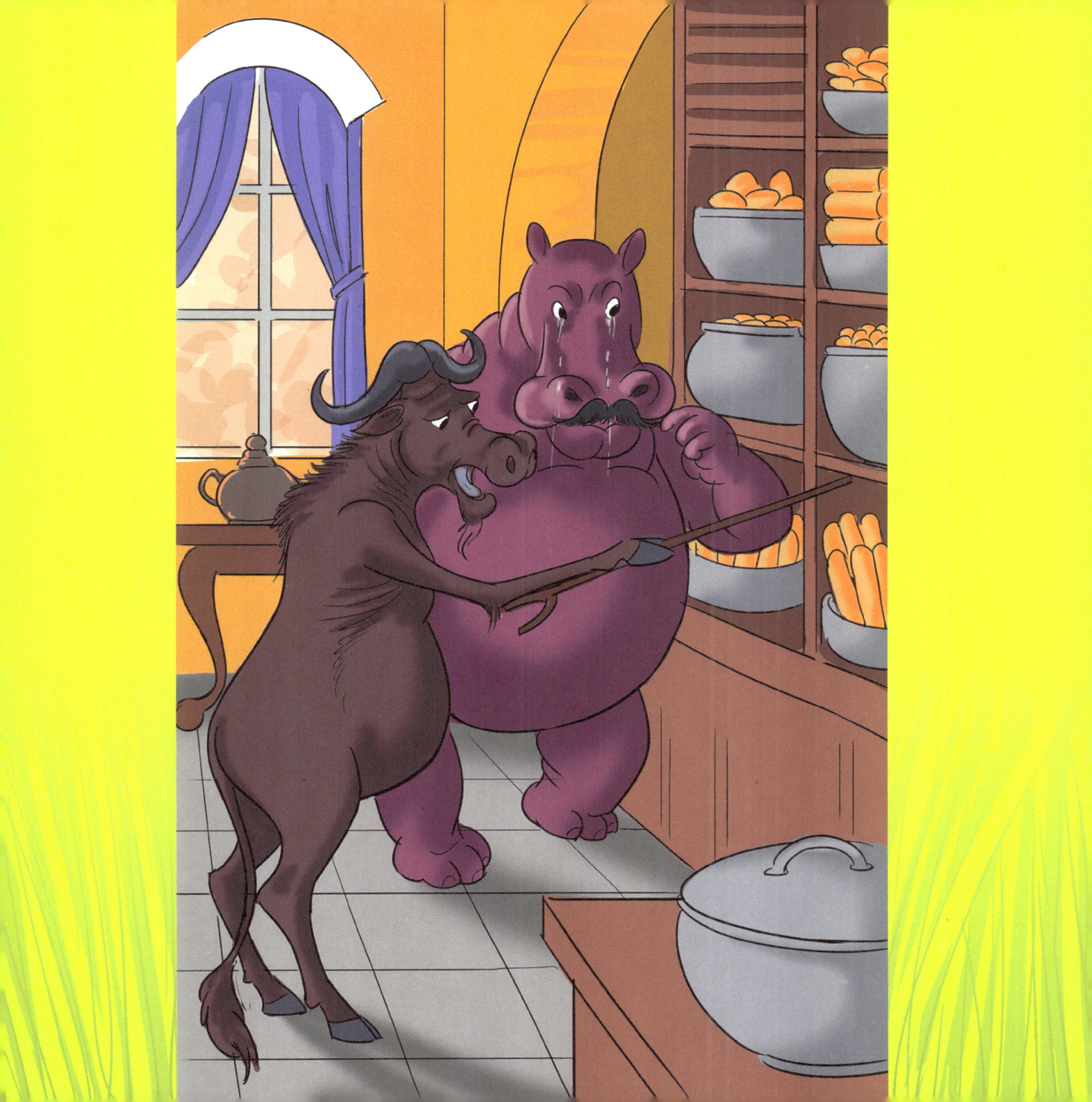

Mala Bun Sa Bun alikuja mbio upesi iwezekanavyo ili ajue kwanini rafiki yake wa dhati alikuwa akilia na alipofahamu namna Sreden, aliharibu mahali pa Anaka alikasirika sana. Alijaribu kumtuliza Anaka akamwambia – Anaka, usitie wasiwasi, sitakuwacha peke yako tena. Alimkumbatia kwa dhati na vidole vyake vilvyojaa bangili na akaanza kukusanya vijiti vya kulinda nyumba.

Baada ya siku 2 Sreden, alituma baadhi ya vibaraka wake waende
wakachukuwe chakula kwa Anakatossaana, hawakujua kuwa panya
mwitu mwenye hasira alikuwa hapo akiwangojea. Alikuwa ameweka
mitego kila mahali na pia kilomita moja kutoka kwa nyumbani kwa Anaka.

Wote walianguka kwenye mitego na hawakupata fursa
ya kufika nyumbani kwa Anakatossaana. Lakini waliapa
watarudi na usaidizi zaidi hadi wapate chakula.

Walikwenda upesi kabisa kwa Sreden na wakadanganya eti walipata kikosi cha jeshi kimewasubiri. Aliwaita nyati wengine zaidi na akawaagiza warudi wanyakue chakula.

Mala Bun Sa Bun alikwa amekwenda kwa familia yake akawaita baadhi ya rafiki zake waje wamsaidie kwani alikuwa ameshakuwa tayari kupigana amtetee rafiki wake wa dhati, Anaka.

Walitengeza mitego bora zaidi na wakamsubiri Sreden arudi. Mara hii mitego ilinasa kidogo, waliendelea kusogelea nyumba yake Anakatossaana na ilikuwa jukumu la Mala Bun Sa Bun kufanya uamuzi wa haraka na aagize mbinu ya mpango B.

Panya mwitu kwenye miti walianza kurusha vijiwe na mishale kutoka kwenye miti na baadhi ya rafiki zake Sreden walipigwa na wakaanza kurudi mbio kwa hofu. Lakini Sreden hakuzuiwa na mitego, aligonga na kufungua ghafla mlango wa Anakatossaana na akampata Anakatossaana amezubaa katika mvungu wa kitanda chake—alikuwa amekauka, alikuwa na uwoga na Analia.

Anaka, Anaka – Naja, usitie wasiwasi, nitakuwa hapo. Usitie wasiwasi, rafiki wako Mala Bun yuko njiani anakuja ....

Alishambulia na mkuki mrefu ambao aliokuwa ametengeza na akamchoma Sreden katika kiguu na akateguka sakafuni. Akainuka tena na Mala Bun akaanza kumzunguka na kamba.

Lakini alimpiga kwa nguvu sana kiasi kuwa Kamba haikuwa imefungwa vyema ili imzuie chini. Alianguka mahali pa kuota moto na Anaka, alikuwa anatiririkwa na jasho moja kwa moja anamwangalia rafiki yake bila kujua namna ya kumsaidia, rafiki yake alikuwa amezimia kando ya moto. Aliomba Mungu kiasi na akafunga roho ili ainuke na amrukie Sreden mgongoni. Walipigana miereka na miereka, halafu Sreden akapata nafasi ya kumpiga Anakatossaana na pembe zake kubwa, alimpiga Anaka kwa nguvu sana hata akazimia karibu na rafiki yake msichana mdogo, Mala Bun.

Sreden alienuka na akaelekea moja kwa moja hadi jikoni, alipokuwa tayari kuanza kula – Mala Bun Sa Bun alianza kurudiwa na fahamu. Alikwenda dirishani na akapiga mbinja.

Sreden alikuwa tayari tu kutoka nyumbani na kumwacha
Anaka sakafuni na bila kufahamu kuwa Mala Bun
Sa Bun hakuwepo, alitegukia kamba fulani.

Alipoanguka sakafuni, rafiki zake Mala Bun Sa Bun
walimfunga upesi kwa kamba, hata hakuweza kusogea.

Mala Bun Sa Bun alikimbia nyumbanii ili aoene anavyoendelea rafiki yake wa dhati. Anaka, Anaka, uko salama?

Ndio, kirembo changu, niko salama. Hakikisha umeweka salama chakula ili tuweze kupata cha kutosha kabla mvua kuanza.

Mala Bun Sa Bun, alichakuwa chakula akakificha kwenye mashimo na wakamfunga Sreden chini mchangani.

Usiku huo wote walichoka kiasi cha kuwa hawakufahamu ni Desemba rafiki zao Nyumbua (Wildebeests) walikuwa wanakuja nyumbani.

Asubuhi Mala Bun Sa Bun alikuwa akipiga doria zake za usalama nyumbani kwa Anakatossaana aligundua wingu kubwa la vumbi kwa mbali nae alimuona Muddry, akimrushia tabasamu wakati akiongoza familia yake irudi Mara.

Walipokaribia Mala Bun Sa Bun alijawa na furaha akamuita rafiki yake "Anaka, Anaka, Muddry amerudi. Muddry na mamilioni ya familia yake amerudi" "njoo, njoo, uone"

Muddry, Anakatossaana na Mala Bun Sa Bun wakakumbatiana
kwa furaha mno, wakati Muddry alikuwa anajiuliza
Nyati alikuwa anafanya nini hapo chini alipo.

Anaka na Mala Bun walisimama mlangoni na wakaanza kulia kwa kuwa walijaa hisia. Kadri sura yake Muddry yenye tabasamu ilivyokaribia – wingu la giza liliondoka na Salaala! Mvua kali ikamwagika.

Ilikuwa Baraka Mbili kwa mara moja.

Anakatossaana alimshika mkono Muddry akasema "nijoo rafiki yangu, nataka nikwambie vile Mala Bun Sa Bun, ameokoa bustani hii"

Na kisa cha urafiki wa ajabu zaidi katika Mara, na jinsi panya mwitu mdogo alimlinda Kiboko mkubwa ilielezwa kwa miaka mingi sana tena sana.

CPSIA information can be obtained
at www.ICGtesting.com
Printed in the USA
BVHW021205030720
582913BV00002B/10